# மெய்யான பொய்கள்

கு.பிரியா

ஏலே பதிப்பகம்

**மெய்யான பொய்கள்**
ஆசிரியர் © **கு.பிரியா**

முதற்பதிப்பு 2021
பக்கங்கள் 52



ISBN 978-93-5533-016-1

புத்தகம் வெளியிடு
ஏலே பதிப்பகம்

**Motivative Thamizha**

**aelaypublish@gmail.com**
phone – 9944992571

Aelay Publish
www.aelaypublish.com

இவர் பெயர் கு. பிரியா,சிறகை விரிக்காமல்
விண்ணில் பறக்கும் கவிதை
சிந்தனை உடையவர். இசை மற்றும் கவிதை எழுதுவதில்
மிகுந்த ஆற்றல் கொண்டவர் .தன்னுடைய படிப்பிலும்
சிறந்த விளங்கி ஏகலவ்யா விருது பெற்றுள்ளார்

# முன்னுரை

கவிதையில் தொடங்கி காதலில் முடிக்கிறேன்..முடிந்தால் நேசித்து விட்டு போ..இல்லையென்றால் வாசித்துவிட்டு போ..தனிமையின் துயர் காதல் அது நீயே! இரவின் மேடையில் கனவோடு விழா!! அவள் கைகளைக் கோர்த்து போகும் ஒரு உலா!! நித்தம் நித்தம் உயிர் போடும் சத்தம் அவள்..அவள் விட்டுச் சென்ற பாதையில் வினாவும் அவள் பெயரை, விடை காணும் ஓர் பயணம்..

காற்றில் கலந்தாடும் மேகங்களே! மனதில் உறவாடும் மாயம்!! மழை துளின் சத்தத்தில் ஓர் இசை விருந்து!! கலங்கிய விழியை, வார்த்தைகள் வந்து அணைக்கும் அழகிய புத்தகம் இது!!

## நீ கவிதைகளா!

கவிதை! மனதில் புதைந்து கிடக்கும் அழகானச்
சொற்களைத் தேடும் தேடல்!
நாம் வலிகளை வெளிக்கொணரும் மருந்து!!
காதலைச் சொல்லும் தூதுவன்!
மகிழ்ச்சியைப் பகிரும் நண்பன்!
புரட்சியை ஏற்படுத்தும் தலைவன்! ஆதலால்
காதலைப் போல கவிதையையும்
நேசிப்போம் ...

## காதலே காதலே!

காதலில் கரைந்து போகிறேன் !
கவிதை வரைய!
காதலில் விழாமல்..,
கவிதையில் விழ்ந்ததால்!!!
இரவுகளில்
விழித்திருக்கிறேன்..
காதல் கடிதம்,
எழுத காதலுக்காக
அல்ல காதலை
ரசிப்பவருக்காக!!!

## அவள்!

அவள் அவளாய்
என்றும் அவள் அவளில்லா
இடத்து ஆணும் இல..,
அன்பில் எல்லாம்
அவளாய் இருப்பின்,
வையமும் அழகு தானே!

## அவள் தொட்ட அணுக்கள்!

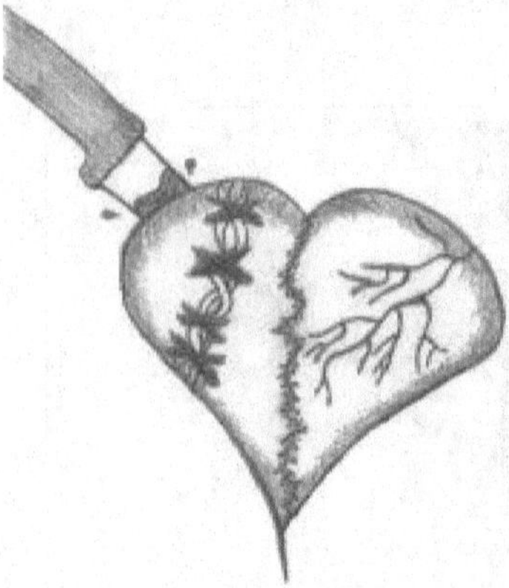

அணுக்கள் எல்லாம்
ஒன்று செய்த
ஆயுதமா அவள்!!!
தொட்ட நொடி
வெடித்து விட்டாள்
இதயத்தை!!!

## கனா!

வினா விடை அவளா!..,
விடைத் தேடும் விழி!..
கனா உலா வருவாள்!..,
விழித் தேடும் சுவடு!..
அவள் முகம் காண அலைந்திடும் விழி..
விழித்திரும் வரை, தொடர்ந்ததுக் கனா!.......

# கனா ஒரு வினா!

அவள் முகம் நிலா,
வெளி வரா உலா!
விழிகளோ விடா துரத்துது கனா!
நிதம் ஒரு வினா!
விடை நீ தரா!
விரைந்து நீ வரா!
உயிர் இனி வீணா!

# காதல் பரிமாற்றங்கள்

சத்தங்கள்
இல்லாத இதழ் முத்தங்கள் பெற,
யுத்தங்கள் செய்யும்
ஹார்மோன்கள்.
தீ கட்டைகள்
இலா எரிகின்றத் தேகங்கள் உன்
கட்டுடல் பின்னும்
போர் வாள்கள்
இதுவோ
உயிர் காதல் பரிமாற்றங்கள்.

# காதணி

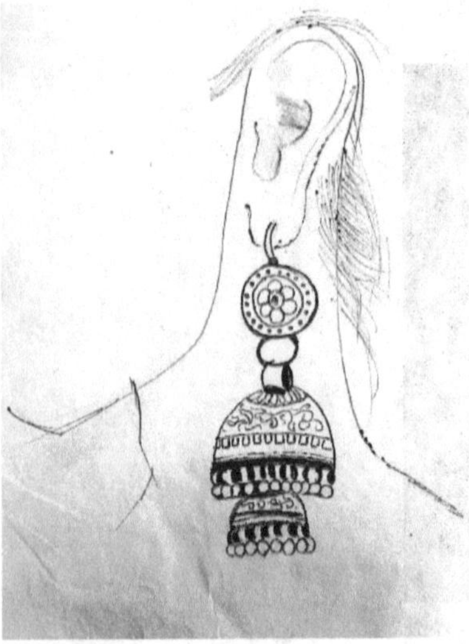

உன் சிரிப்பின் இசையின்
குத்தாட்டமா!
உன் கேலி பேச்சின் சிணுங்கல் மொழியா!
தென்றல் காற்றின் ஆரா வாரமா!
உன் அசைவின் இசையா!
அல்ல உன் மறுபின் மரபா!
உனது செவியின் ஓரம் உரசும் உனது காதணி!

# 9.சின்ன சின்ன ஆசை!

சின்ன சின்ன ஆசை! மனதில் செதுக்கி வைத்த ஆசை!
எல்லை ஏதுமில்லா இடத்தில் வாழ ஆசை!
அச்சம் ஏதுமில்லா உச்சம்  செல்ல ஆசை!
நேர  அளவில்லா உறங்கக் கொஞ்சம் ஆசை!
இடைவிடா இன்னிசை ஒலிக்கக் கேட்க ஆசை!
கவலை ஏதுமில்லா எண்ணம் தோன்ற ஆசை!
கணக்கு வைப்பில்லா செலவு செய்ய ஆசை!
ரசனைகளை கொஞ்சம் ரசிக்க தானே! ஆசை!!!

## நீயே! நீயே!

உயிரில்லா தோழியே! உயிரின் துணை நீயே!
உணர்வுகளின் பாடல் வரிகள் நீயே!
சிந்தனையை செதுக்கும் சிற்பி நீயே!
அழகான நினைவுகள் நீயே!
அழியாதச் சோகங்கள் நீயே!
அணைகின்ற உறவும் நீயே!
இனம் புரியா பதட்டம் நீயே!
இருளில் எழும் பயமும் நீயே!
மௌனமான மொழியும் நீயே!
கண்களில் வழியும் கண்ணீர் நீயே!
ஊக்குவிக்கும் உற்ற நண்பன் நீயே!
உறங்கவிடாதக் கனவும் நீயே!
என்றும் வழிதுணையாய் நீயே! எனக்கு..

# உயிரொன்று வாடுதடி

மனம் இங்கு இலகுதடி!!
வலியோடு வாழுதடி!!
நடப்பதொன்றும்
புரியாமல் கால்களும் தள்ளாடுதடி!!
உறவுகளும் நீங்கி உணர்வோடு
விளையாடுதடி!! வாழ்க்கை
எதுவென்று தெரியாமல்
உயிரொன்று வாடுதடி!!

## விழியின் ஈரம்!

விழியின் ஈரம் மரணம் வரை போகும்,..
இது என் சாபம்..
தவிப்பது என்று தீரும்...
விதியின் விளையாட்டில் ,
என் கூடு தள்ளாடும்!!

## ஞாபகம் வருதே!

நிஜம் எல்லாம் நீங்கி போக,
கனவோடு காதல் கொள்கிறேன்!!
ஆசையெல்லாம்
அகன்று போக, பேராசை
உற்றேன் உந்தன்
மீதிலே!!
ஞாபகங்கள்
நஞ்சை ஊட்ட,,
நித்திரையில் நினைவை
அழிக்கிறேன்!!!!

# நிழலாய் தொடரும் நினைவுகள்!

மெழுகாய் உருகும் மனமே!
நிதமே! கருவாய் சுமக்கும் அவளை!!!
ஒளியாய் எரியும் விழியே! என்றும்!
உனையே பார்க்கும் வரமே!!!
துணையாய் இருக்கும் கரமே! நொடியும்!
உனையே அணைக்கும் அன்னையே!!!
வழியைத் தேடும் கால்களே!
இடைவிடா! அவளை தொடரும் நிழலே!!!!!

# ஹார்மோன்களின் காதல் அரங்கேற்றம்!

காரோனா நோய் நீயா பெண்ணே
அருகில் செல்ல மூச்சிரைக்குது ஏனடி!!
ஆன்மாவின் தேகமா!
ஹார்மோன்கள் அழகாகுதடி!!
மூளையின் டோஃப்மைனா!
உட்சாகம் உண்டாகுதே!!
மனதின் க்ளுடமேட்டா!
உன்நினைவுகள் சேகரிக்குதே!!
உணர்வுகளின்  செரோடினா! உன்னை எண்ணி
போரடுதே!!!..

## உன்னை எண்ணி நானே!

நின்னெதிர்
தோன்றுகையில் நித்தமும் வெட்கமே!
மௌனத்தின் சிரிப்பில், ஆயிரம் அர்த்தங்கள்.
ஆணின் அடக்கம், அன்னையின் சிறப்பு!
கோவத்தின் நிதானம், வீரத்தின் அழகு
நின்துணை நிற்பின் துணிவேன் உலகை!
பெண்ணை மதிப்பதே! ஆண்மையின்
பெருமை!

## மனம் முழு கலவரம்!

அவன் முகம் உரைத்திடும்,
மொழி எனை துரத்திடும்,
விழி எனை மறைத்திடும் நேரம்..,
உயிர் கனத்திடும்!!.
அவன் விழி விரைந்திடும்,
நொடி எனை விரட்டிடும்,
இனி என்ன நிகழ்ந்திடும்,..அவன்,
செய்யும் தினம் ஒரு கலவரம்...

## மழை துளியே!

பூமிக்கு திரையிட்டு,
மூகிலினங்கள் ஒன்று கூடி,
இடிமேளங்கள் முழங்க,
மின்னல்கள் புகைப்படம் எடுக்க,
வந்தாள் எண்ணற்ற தேவதை!

## இசையில் தொடங்குதம்மா!

நீ இல்லையேல் ஒவ்வொரு நாளும் கடவாது
எம்வாழ்வு! உரிமை இல்லாத வரிகள் எனதென்று உரிமைக்
கொண்டாடுது நாளும்! உள்ளத்து உணர்வை நொடி
பொழுதில் மாற்றும் விந்தை வல்லமையோ! என்றும்
உன்னோடு தொடரும் பயணம் முடிவிலா!

# பிம்பம்!

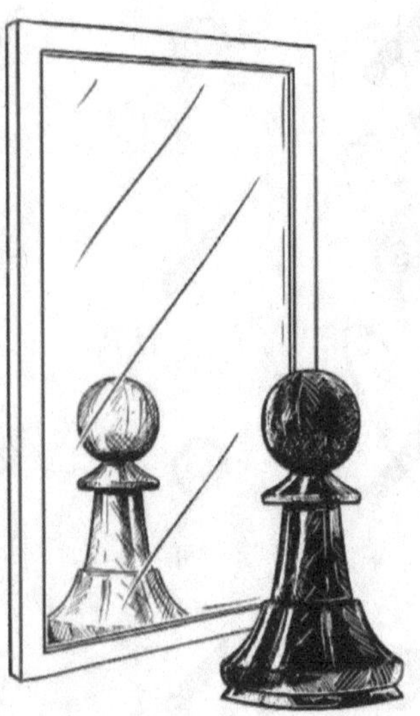

விழியில்ல பார்க்கும் எந்தன் உருவம்..
தவறுகளைத் திருத்தும் என் மறு உருவம்.
பின் செய்யும் செயல்களை முன் காட்டும் திரையரங்கம்.
கன்னியின் கைகளில் கொஞ்சி விளையாடும் சின்ன சிறு
மழலை. போக்குவரத்து விபத்தை தடுக்கும் காவல்காரன்.
அனைத்து வீட்டில் குடியிருக்கும் எங்கள் விருந்தாளி
அதுவே கண்ணாடி.

# காற்றில் வரும் கீதமே!

என்னைச் சுற்றி வளைத்துவிட்டாள்..!!
உன்னை தொட ஆசையுற்றேன்!
என் வலது விரல் உனை
வலை வீசுதடி வளைந்து நீயும் பார்கையில!
என் இடது விரல் உனை இசைக்கக் காத்திருக்கும்
ஆறு வரியில் கவிதை நீ பேசுகிறாய்..
பன்னிரெண்டு படியில்
நானும் ஏறிவர, நம் இருவரின் இசையினிலே
இருதயம் தான் துடிதுடிக்கும்..

## காகித ஓடம்!

ஓடம் போகுது ஓடையிலே!
கடல் நீரும் இல்ல ஆழத்திலே!
கரையில் வாழும் வீட்டினிலே!
கனவாய் போகுது
வாழ்கையிலே!
கலங்கும் நாளும் ரோட்டினிலே!
இவரின் நிலை நாட்டினிலே!

# மொழியினிலே அவள்!

தித்திக்கும் தமிழா எனக்குள் வந்து,
ஆங்கிலத்தின் நடை பழக்கி..
கணிதம் அறியா என்னை காலத்தின் நாட்களை எண்ண செய்து..
உளவியல் உனக்குள் நின் பல கண்டு,
எனக்குள் வேதியியல் வினைப் புரிவது நியாயமா!!...

## கல் நெஞ்சில் ஓர் காவியம்!

இதயம் சொல்லும் சொல்லை இதழ்கள் வெளிவரா
கதவடைக்க, இதயம் கனமாக மாறி
கண்ணீர் மொழியைப் பேச...
பேசிய வார்த்தைகள் எல்லாம் கவிதையாய் மாற!
கண்மணியே!...
பாறை நெஞ்சில் இன்று பளிங்கறகள் ஓவியம் தீட்ட.....
வார்த்தைகள் சிறகின்றி நடு வானில் சுற்றி திரிய...
கவிதையை தோழியாய் ஏற்று தொடங்கும் ஓர் பயணம்...

# காற்றே பூங்காற்றே!

உருவமில்லா காதலன் உரசி போக..
மனதிற்குள் பூ பூக்குதே..
பருவம் பொழுது நீ வர.., பாவை உள்ளம் பறிதவிக்குதே...
உன் வரவை எண்ணி மங்கை அவள்
ஜன்னல் கம்பி சிறை பிடிக்குதே...
காற்றே உன்னிடம் கதைப் பேச காரிகை
இவள் காலம் கடக்குதே...

# மேகமாய் வந்து போகிறாய்!

ஏன் மேகங்களே!
தூரிகை இலா ஓவியம் நீ வரைகிறாய்...
நொடியில் மறையும் ஏழ் வண்ணம் நீ பூசிகிறாய்..
நடோடியாய் பயணம் நீ போகிறாய்...
வழி தூணையாய் யாரை நீ தேடுகிறாய்...
வெய்யிலோடு விரோதமாய் கலைந்து நீ செல்கிறாய்..
நிலாவின் காதலால் ஒளியை நீ மறைக்கிறாய்...
துளி துளியாய் கண்ணீரை சேர்த்து மழையாய்
பொழிகிறாய் ஏனோ..!...

## நவீன நங்கை!

நாசாவின் நங்கையா,
ஆராய்கிறேன் நாளடி..
மார்ஸின் மங்கையா,
தேடுகிறேன் நானடி,
புளூட்டோவின் பெண்ணையா,
நீங்கியது ஏனடி!!
சுடரின் கண்ணனாய்,
என்றும் உன்னை சுற்றும் நானடி!!!

## ஏன் தனிமையே!

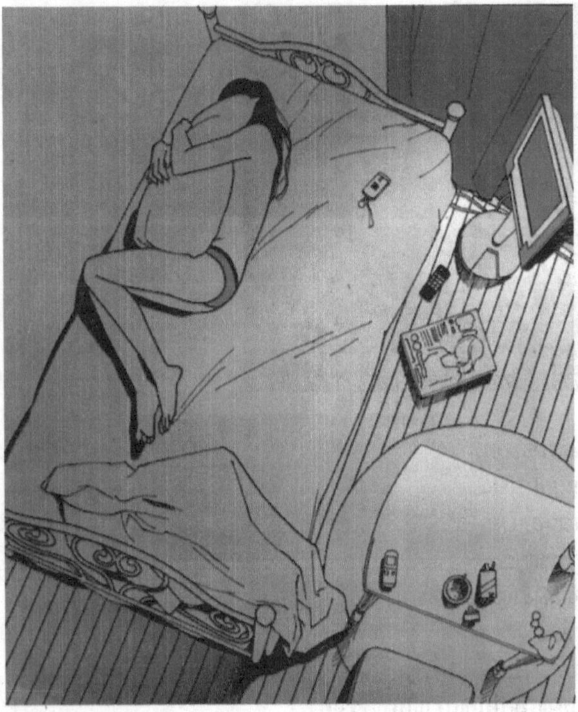

தூங்காத இரவின் கண்ணீரைத்
தாயாக தலையணை அணைத்திட,
வீணான காலங்களை விரைந்து
நீ போக்கிட போ  தனிமையே!!..

## அந்த நாலு பேரு

தொலைபேசியும் இல்லை,
தொலைதொடர்பும் இல்லை,
தொலைநகலும் இல்லை,
அஞ்சல் தலையும் இல்லை,
அறிந்துக் கொண்டேன் செய்தியை நொடிப்பொழுதில் ,
அந்த நான்கு பேரிடம்...

## என் உயிர் தோழி!

தோழி!! என் பிம்பத்தைப் பிரதிபளிக்கும் கண்ணாடி!!
முடிவில்லா உரையாடல், என்றும் தொடரும் உன்னோடு!!
கலங்கிய விழிகளும் உனையே தேடி வந்து கரைச் சேரும்..
சிரிக்கும் இதழும் உன்னிடம் வந்து நாளும் கதை பேசும் !!
அவள் அவளாய் என்றும் அவள் எனக்குள் அவள்!!

## முன்ஜென்மமெல்லாம் உன் கண்கள் காட்டுதே!

நினைவெல்லாம் நீங்கினாலும்,
உன் நிழலைத் தேடும் என் நிஜம்,
அழிந்த முகத்தை, உயிர் இங்கு ஓவியம்
தீட்டுதே!!

அகமெல்லாம் அடர்ந்த அழகி அருகில் வர, இதயம்
அது முன் அறிவிப்பு செய்யுதே !!
அவள் விரல் தொட, முன் ஜென்ம நினைவெல்லாம்
கண்முன் நிழலாடுதே!

## புத்தம் புது. பூவே!

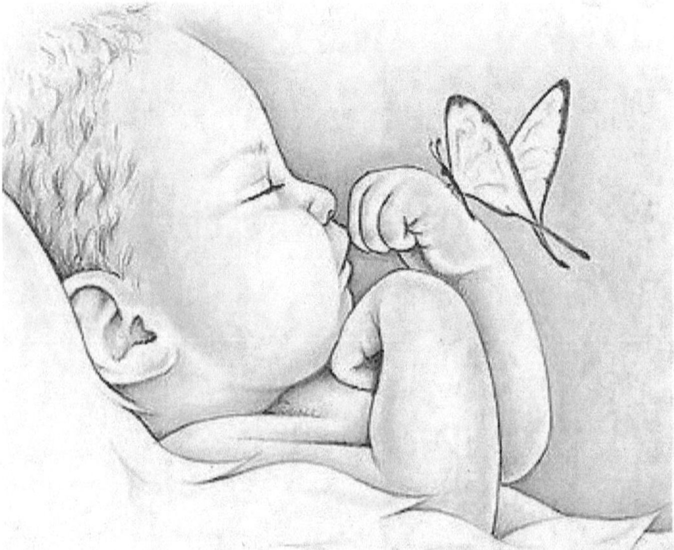

பூமிக்கு வந்த புத்தம் புது. பூவே! உனை பறிக்க மனம் வராது ஒருவருக்கும். அழுகையே மொழியாய் பேசும் அழகே! உன் தேவையை அறிவார் எவர். புன் சிரிப்பை யாரிடம் கற்றாய் பொன் மொழியே! கல் நெஞ்சையும் கரைக்கும் அது. வாழ்க்கை தந்த வசந்தமே இனி வாழும் வாழ்க்கை உனக்காக!

# கல்யாணமா கல்யாணம்!

திருமணம் என்னும் ஓர் மணம்,
இருமனம் இணைந்திடும் ஓர் களம்..
மணமகள் தினம் எண்ணி மகிழ்ந்திடும்
ஓர் கணம்..
மணமகன் நண்பர்களுடன்  நகைத்திடும் ஓர் இடம்..
உறவுகள் அனைவரும் கூடும் ஓர் தலம்...
விலக்குகள் அவிழ்த்து விரும்பங்கள் தொடரும் ஓர் தினம்!!!

# தம்பி! புரிந்து நீ வாழ்ந்து கொள்ளடா!

அழுகும் பிள்ளையிடம் என்னவென்று கேட்காமல், கோவில் சிலை முன் ஏன் என்று கேட்கும் மூடர்கள் வாழும் முட்டால் உலகமடா!! புரிந்து நீ வாழ்ந்து கொள்ளடா!!
பள்ளிகளை மூடி கோவில்களைத் திறக்கும், வெள்ளை வேட்டிகள் விளையாடும் வேடிக்கை உலகமடா!!
புரிந்து நீ வாழ்ந்து கொள்ளடா!!

# எழுச்சிக்கு வீழ்ச்சி உண்டோ!

காதலைச் சொல்லாத கவிஞரும் உண்டோ!!
வியர்வை விழாத விருதுகள் உண்டோ!!
கண்ணீர் துளிகள் இல்லாத காதலும் உண்டோ!!
எழுச்சி இல்லாத வீழ்ச்சியும் உண்டோ!!
துணிந்து நீ வந்தால் உனை எதிர்க்கும் வீரமும் உண்டோ!!

## தாயே என்றும் நீயே !

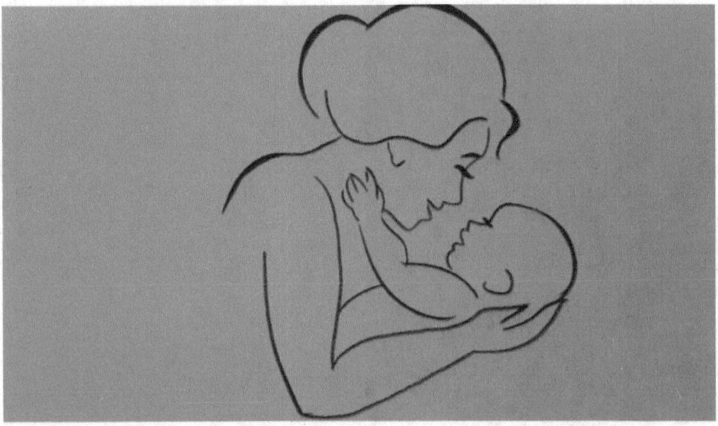

பத்து மாசம் பார்க்காமல், என்ன நீயும் சுமந்தாயே!
பட்டினியா கிடக்கமா,
பார்த்து நீ வளர்தாயே!!
பட்ட படிப்பு நான் படிக்க,
வேலைக்கு தான் போனாயே!!
பட்ட கடன நான் அடைக்க,
பத்து ஜென்மம் போததே!!!

## மாற்றத்தை மாற்றுங்கள்

மாற்றங்கள் சில உனை மாற்றுங்கள்!!
உடல் மாற்றங்கள் உனை
உயிர்ப்பிக்கும்...
உணர் மாற்றங்கள் உனை
மகிழ்விக்கும்.. அணி மாற்றங்கள் உனை
அழகாக்குங்கள்.. சிகை மாற்றங்கள் உனை சிரம்
உயர்த்துங்கள்!!
மாற்றத்தை மாறவாமல் மாற்றுங்கள்!!!

# ஆண்மைக்கே இழிவு

கண் விரித்து, நா மடக்கி,
கூக்குரல் இடுவது ஆண்மையின் வீரம் அல்ல..
நான்கு பேர் உடன் இருக்க, பெண்ணை கேலிச் செய்வது
ஆண்மைக்கு பெருமை அல்ல..
நா அடக்கி மற்றவரை மதித்து, பெண்ணைப் பேணி
காப்பதே பேராண்மை!!!

## வேடிக்கைப் பொருளாய் பாவை!

பெண்ணை பின்தொடர்ந்து,
காதல் என்ற பெயரில் அவள் விரும்பத்தற்கு மாறாக தன் காதலைத் திணிக்கும் அறம் இழந்த ஆண்மையே!
பெண்ணைப் பொருளாக எண்ணி அதை திட்டமிட்டு கைப்பற்ற நினைக்கும் நிலையற்ற ஆடவர் அரங்கேற்றும் நாடகத்தில் பெண்மைப் பெரும் பாத்திரமாய் சிக்கிக் கொண்டாள்...

## அழகு அழகு!!

அன்னைக்கு, சிரிக்கின்ற தன் குழந்தை
அழகு!!
தந்தைக்கு, துணை நிற்கும் தன் குடும்பம் அழகு!
ஆசானுக்கு, முதலில் வரும் தன் மாணவன் அழகு!
பெண்ணிற்கு, மதிக்கும் தன் ஆண் அழகு!
ஆணிற்கு, நேசிக்கும் தன் பெண் அழகு!!
ரசிகனுக்கு, இந்த பூமி மொத்தம் அழகு!!

# பெண்மொழி பெருமொழி!

தாய் மொழியும் கற்றத்தில்லை..
மாற்று மொழியும் அறிந்ததில்லை..
அறிந்த ஓர் மொழி பெண்மொழி,
யாமறிந்த அவள் மொழி,,...
அவள் விழியும் கவிப் பேசும்..
அவள் செவியும் குயில் பாடும்..
அவள் இதழும் இனிமை வீசும்..
மொத்தத்தில் அவள் அகிலம் பேசும் அற்புத மொழி.

## அன்பே அன்பே!

அன்பை அரியதோர் கருவி உண்டோ...
ஆகாயம் கொண்டு அளப்பரோ! இல்லை, ஆழ்கடலைக்
கொண்டு அளப்பரோ!
அளந்தும் பயன் அதில் இல்லை!
பொழியும் மழை நீரை எண்ணக் கூடுமோ!
அன்பும் அதுபோல கண்ணில் புலப்படா காணல் நீரைப்
போல, கரைபுரண்டோடும் காற்றாட்டு வெள்ளம்!!

# கம்ப்யூட்டர் காலமே!

சிஸ்டம் செல்லே!
ஹார்ட்வேர் கண்ணில்,
சாப்ட்வேர் சொல்லில்,
சாகசம் செய்கிறாயே!!
தரவுகளைத் தாங்கி, தருகின்றாயே!
ஆன்லைனில் அகிலம் காட்டுகின்றாயே!!
கீபோர்டு வேர்டில், விரல் டைப் அடிக்குதே!!
மௌஸின் குறியீட்டில்
கிளிக் செய்ய வரவா...

## புத்தகம் பேசுதே!

உன்னை திறக்கும் யாவரையும்,
மயக்கும் மாயம் கொண்டவளே...
விரல் உனைத் தீண்ட,
இமை மூடச் செய்கிறாய்..,
வாய் திறா வார்த்தைகள்
பேசி..,
பள்ளி செல்லா பாடங்கள் பல
கற்றுத் தருகிறாய்!...

## கலங்காதே கண்மணியே!

உன் நெருக்கங்கள் தடைச் செய்ய,
என் இடைவேளை நீளுதே!!
உன் வருத்தங்கள் வதம் செய்ய,
என் வார்த்தைகள் சாகுதே!!
உன் கண்ணீர்கள் கரைச் சேர,
என் கலங்கரை மூழ்குதே!!
உன் உயிர் உருக,
என் உயிர் நீங்குமே!!

## டிக்! டிக்! டிக்!

நொடிப் பொழுதும் மாற,
நிமிடம் கடந்து,
மணி கணக்காய் காக்கும்,
கடிகாரமே!!!
இரு முட்கள் சுற்றி வர,
திக் திக் நிமிடங்களோ...
வட்ட வட்ட கட்டங்கள் கடந்து,
நேரம் கடக்கும், கடிகாரமே!..

## ராதே! ராதே!

கோதை ராதை காத்திருக்க,
கிருஷ்ணன் ஏனோ வரவில்லையோ!!
பேதை ராதை உள்ளமெங்கும்,
கிருஷ்ணன் பேரை நித்தம் சொல்லும்..
கோபியர் ராதா கோலங்கள் கண்டு,
கோவிந்தன் உள்ளம் வெம்பி வதங்கும்..
மாதவி துயர் தீர்த்திடவே, மாதவன்
இங்கு வரவேண்டுமே!...

## விடியலே விழித்திரு!

அரை தூங்கம் விழித்து,
ஜன்னல் வழி பார்த்து,
கண் கூசும் வேளை,,.
குயில் கூவி, துயில் முறிக்க,
தேயிலைக் குடிக்கும்
பழக்கம் வழக்கம் மறந்து போய் விடுமோ!,,
நெஞ்சம் கொஞ்சம்..

## மரங்களே மௌனமா!

இயற்கை அன்னை வளர்க்க,
பெரும் மாரமாய் வளர்ந்து,
பூ, காய், கனி எல்லாம் கொடுத்தாய்!!
வேகாத வெய்யிலில், நிழலும் கொடுத்தாய்..
உயிர் வாழ, ஆக்சிஜனையும் கொடுத்தாய்...
இளைப்பாற, மடியும் கொடுத்தாய்..
இறுதியில், உன் உயிரையும் கொடுப்பது முறையாகுமோ!!

## வேங்கை அது போகும் வேகம்!

வேகமாய் என்னை தூக்கிச்
செல்லும் வேந்தன் அவன்...
நான் ஏற்றுக்கின்ற எரிதழலில்,
ஓடுகின்ற ஒளி பொருந்தியவன் அவன்..
நான் காட்டும் திசைக் கடந்திட,
காலம் கடந்து சென்றிடும் சினேகன் அவன்...
அவன் எவனோ!!
இருச்சக்கரத்தில் ஓடும் வாகனமே அவன்!!!...

www.ingramcontent.com/pod-product-compliance
Lightning Source LLC
LaVergne TN
LVHW040336171026
850499LV00046B/2111
* 9 7 8 9 3 5 5 3 3 0 1 6 1 *